AF421711

ஒரு ஸ்பூன் வெட்கம்

ரஜினி பிரதாப் சிங்

Copyright © Rajini Prathap Singh 2025
All Rights Reserved.

This book has been self-published with all reasonable efforts taken to make the material error-free by the author. No part of this book shall be used, reproduced in any manner whatsoever without written permission from the author, except in the case of brief quotations embodied in critical articles and reviews.

The Author of this book is solely responsible and liable for its content including but not limited to the views, representations, descriptions, statements, information, opinions and references ["Content"]. The Content of this book shall not constitute or be construed or deemed to reflect the opinion or expression of the Publisher or Editor. Neither the Publisher nor Editor endorse or approve the Content of this book or guarantee the reliability, accuracy or completeness of the Content published herein and do not make any representations or warranties of any kind, express or implied, including but not limited to the implied warranties of merchantability, fitness for a particular purpose. The Publisher and Editor shall not be liable whatsoever for any errors, omissions, whether such errors or omissions result from negligence, accident, or any other cause or claims for loss or damages of any kind, including without limitation, indirect or consequential loss or damage arising out of use, inability to use, or about the reliability, accuracy or sufficiency of the information contained in this book.

Made with ♥ on the Notion Press Platform

www.notionpress.com

அணிந்துரை
கவி. நறுமுகை.

உலகம் தோன்றிய வரையில்
மாறாமல் இருக்கும்
மாய விசை
காதல் மட்டுமே.

மனிதர்களுக்கு மட்டுமல்ல
மொத்த உயிர்களையும்
இன்னும் இன்னும்
உயிர்ப்பிக்க வைக்கும்
புனிதம்.

இந்தக் காதல் மட்டும்
இல்லையென்றால்
பூக்களுக்கு வாசமில்லை
வண்டுகளுக்கே வேலையில்லை.

இந்த ரகசியமான ரசவாதம் தான்
அறிவியலுக்கே அழகியலைக்
கற்றுக் தருகிறது.

இந்த விழிஈர்ப்பு விசை தான்
புவியீர்ப்பு விசைக்கே
அச்சாகிறது.

இன்னும் ஆயிரம் யுகங்கள்
கடந்தும் காதல் தன்
பரிமாணத்தைப்
புதுப்பித்து புதுப்பித்து
உயிர்களின்
ஜீவ மொழியாய் ஜீவித்திருக்கும்.

கவிஞன் தாயின் கருப்பையில்
பிறந்தாலும்
காதலின் உயிர்ப்பில்தான்
அவன் இன்னொரு பிறப்பை அறிகிறான்.

பிரபஞ்சத்தின் மீது
அன்பு செலுத்துகிறான்.

காதலை பூமியிலிருந்து
கழித்து விட்டால்
நம் புவி உயிர்க் கோளாய்ச்
சுழலாது.

இன்னொரு ஜடப்பொருளாய்
சூரிய வீதிகளில் அல்ல
சூனிய வீதிகளில் சுற்றி வரும்..

கவிதை பிறக்கும் கருப்பை
காதல்.
அந்தக் காதலின் கருப்பையில்
பிறந்து காதலின் தவிப்பை,
ஆழத்தை , ஆன்மத் தேடலில்
அனுபவத்தை இங்கே
'ஒரு ஸ்பூன் வெட்கம்' என்ற கவிதைத் தொகுப்பாக
வார்த்தெடுத்துள்ளார்.
அன்புக் கவிஞர் ரஜினி பிரதாப் சிங்
அவர்கள்.

அன்புத் தம்பியின் காதல் வரிகளைப் படிக்கும்போது
காதலிக்காதவர்களுக்குக் கூட
காதலிக்க ஆசைவரும்.

கவிஞரின் காதல் வரிகளை
நான் வாசித்து மகிழ்ந்த
ஆனந்த அனுபவத்தை
இங்கே அணிந்துரையாகப்
பந்தி வைக்கிறேன்.

மொத்த வரிகளையும்
நானே இங்கு காட்சிப்படுத்தாமல்
நான் ரசித்த, வியந்த
என்னை மயக்கிய வரிகளில்
சிலவற்றை மட்டும்
ஒரு பானை சோற்றுக்கு
ஒரு சோற்றுப் பதமாய்த்
தருகிறேன்.

வாசகர்கள் அவரது படைப்பை
வாங்கி அதன் முழுச் சுவையையும் சுவைக்கலாம்.
ஆசிரியாக வாழ்வைத் தொடங்கி
சமூக ஆர்வலராய்ப் பரிணமித்து
இயற்கையை நேசிப்பவராய்
பயணங்களில் வலம் வரும்
இவர் கவிஞராகவும்
வெற்றி பெறுகிறார்.

அன்புத் தம்பிக்கு
மகிழ்வான வாழ்த்துக்கள்.

இதோ நான் வாசித்த
ரசித்த வரிகள் சில....

"மெழுகுச் சிலை போல
அமர்ந்திருக்கிறாய் ....
உருகிக் கொண்டிருக்கிறது
என் காதல்..."!
என்ற முரண் அருமையாக உள்ளது.

"எனது
காதலை எடுத்துக்கொண்டாயோ
தெரியவில்லை..
ஆனால்
காதல் கவிதைகளை மட்டும்
தந்து கொண்டே இருக்கிறாய்..."!

என்ற வரிகள்
காதலியின் கடைக்கண்பார்வை தான்
கவிதை பிறக்கும் கருப்பை
என்ற காதலின் விதி புரிகிறது.

"ஒருமுறை என்னுடன்
கைகுலுக்கிக் கொள்...
என் கைரேகை எல்லாம்
காதல் ரேகை ஆகட்டும்..."!

என்ற வரிகளில்
காதலின் அடர்த்தி தெரிகிறது.

"இரவுகளில்
உன் நினைவுகள்
என்னைத் தாலாட்டிக்
கொண்டே இருக்கிறது.
ஆனால்
தூங்குவது என்னவோ நீ தான்...!"
என்பதில் காதலில் தவிப்பின்
காட்சி வலி பதிவாகிறது.

"ஒரு ஸ்பூன்
வெட்கத்தை மட்டும்
கடனாகக் கொடு...
உன் கன்னக் குழியில்
நிரப்பி விட்டு
முத்தமாகத் திருப்பித் தருகிறேன்...''!

அடடா ரசனையான
வரிகள்.

அன்புத் தம்பியின்
காதல் கவிதைகளை

வாசிக்கும் போது
மனம் சிறகடிக்கிறது.

வயதும் உடலும் இளமை கூட
மீண்டும் காதல் பருவத்திற்கு
நம்மைக் கரம் பிடித்துக்
கூட்டிச் செல்கிறது.

காதலோடு மட்டும்
இவரது கவிப் பயணம் நின்று விடாமல்
சமூகம் பற்றியும்
மக்களின் வாழ்வியல்
வலிகளைப் பதிவு செய்யும்
கவிஞாகவும் வலம் வர வேண்டும்
என்று வாழ்த்துகிறேன்.

நறுமுகை

27.10. 2024

அணிந்துரை
திரு. பழ. அமுதன்.

ரஜினி பிரதாப் சிங் பிறந்தது தட்டச்சுக் காலத்தில்.....
கவிதை பிறந்தது இணையக் காலத்தில் ....

ஆனாலும் கவிதையில் இயந்திரத்தனம் என்பதே
இல்லை.

இவருடைய கவிதையில் காற்புள்ளியிலும்
முற்றுப்புள்ளியிலும் கூடக் காதல் ஒளிந்து
இருக்கிறது போல...

இவர் எழுதிய காதலில் நானும் இருக்கிறேன்;
என்னவளும் இருக்கிறாள்; இவ்வுணர்வு வாசிக்கும்
அக்கணத்தில் உங்களுக்கும் தோன்றும். அப்போது
ஒரு ஸ்பூன் வெட்கமாவது உங்களிடத்தில் தோன்றி
மறையும்.

கவிஞரின் வரிகள் ஒவ்வொன்றும் அவரின்
ஒரு காதலால் வந்ததா அல்லது ஒவ்வொரு
காதலால் வந்ததா எனத் தெரியவில்லை ஆனால்
காதலில் விளைந்தது மட்டும் நிஜம்...! விளைச்சல்
அமோகமாகத்தான் உள்ளது .

காதலுக்கும் கவிதைக்கும் மாறாத மனம் வேண்டும்.
ஒரு ஸ்பூன் அளவாவது தன்னை இழக்கிற, கரைந்து
போகிற பிரியம் கொண்ட ஒரே மனம் வேண்டும்

இதைக் கவிஞரிடம் ஒவ்வொரு வரியிலும் கண்டு மகிழ்கிறேன்.

அறிவு வசமானவன் ஞானி ஆகிறான். உணர்ச்சி வசமானவன் காதலன் ஆகிறான்.

இங்கே கவிஞரின் வரிகள் ஞானியின் ஒழுங்கையும், காதலின் நெகிழ்வையும் தன்னுள்ளே கொண்டிருக்கிறது.

பழைய மரத்தில் தினம் தினம் புதிதாய்ப் பூக்கள் பூப்பது போலக் கவிஞரின் கவிதைகள் ஒவ்வொரு பக்கத்திலும் பூத்துள்ளன. ஆனால் பழைய சாயலோ, பழைய வாசனையோ ,பழைய பாணி இல்லாமலோ தென்படாமல் அமைவது சிறப்பு.

தோழர் ரஜினி பிரதாப் சிங் அவர்களின் மொத்த வரிகளும் ஒவ்வொரு காதலர்க்கும் சாமரம் வீசும்.

"ஆயிரம் அர்த்தங்களுடன்

உன்னை நான் பார்ப்பது

உனக்குப் புரிப்படுவதில்லை.

ஆனால் நீ

அரை நொடி என்னைப் பார்ப்பதே

ஆயிரம் அர்த்தங்களைச் சொல்லி விடுகிறது..!" என்ற வரிகள் வாசிக்கும் ஒவ்வொருவருக்கும் அனுபவமே.

"நீ குளித்தனுப்பிய

நதிநீரைக் கடலில் கலக்க விடும்

திட்டத்தின் பெயர்தான்

கடல் நீரைக் குடிநீராக்கும் திட்டம்..!"- அருமை.
கற்பனையின் உச்சம். இப்படியாவது இத்திட்டம்
நாட்டில் உருவாகட்டுமே.

"எனக்காக

எதுவோ வைத்திருக்கிறாய்

என்ற கற்பனையில்தான்

வாழ்க்கை ஓடிக்கொண்டிருக்கிறது.."... எவ்வளவு
நிஜமான வரிகள்...!

கவிஞரின் ஒவ்வொரு வரிகளையும் அவருடைய
வரிகளாக நான் பார்க்கவில்லை. ஒவ்வொரு
காதலர்களின் இதயச் சிம்மாசனத்தில் இடம் பிடித்து
வெளிப்படுத்த முடியாத ஏக்கங்களாகவே நான்
பார்க்கிறேன்.

"ஒரு ஸ்பூன் வெட்கம்" நூலின் வரிகள் ஒவ்வொன்றும்
ஒவ்வொருவரின் காதலையும் அவர்களுக்கே
அடையாளம் காட்டும். கவிஞரின் காதல் பயணம்
சிறக்கட்டும் மேலும் தமிழ்ப்பணி செழிக்கட்டும்.

வாழ்த்துக்களுடன்,

செ. பழ. அமுதன்.

மேனாள் தேர்வுக் குழு இயக்குநர்,

அரட்டை அரங்கம், சன் டிவி.

என்னுரை

வாருறு வணரைம்பால்

    வணங்கிறை நெடுமென்றோள்

பேரெழின் மலருண்கட்

    பிணையெழில் மாணோக்கின்

காரெதிர் தளிர்மேனி

    கவின்பெறு சுடர்நுதல்

கூரெயிற்று முகைவெண்பல்

    கொடிபுரையும் நுசுப்பினாய்!

நேர்சிலம் பரியார்ப்ப

    நிரைதொடிக் கைவீசினை,

ஆருயிர் வெளவிக்கொண்

    டறிந்தீயா திறப்பாய்! கேள்:

காதல் சுவை ஒழுகக் கபிலர் இயற்றிய கலித்தொகைப் பாடல் இது.

"காதலைப் பாடாத கவிஞன் இல்லை என்பதை விடக் காதலைப் பாடாதவன் கவிஞனே இல்லை.." என்பதே பொருத்தம். கபிலர் மட்டும் விதிவிலக்கா என்ன....! கபிலர் மட்டும் இல்லை... சங்க இலக்கியத்தின் எட்டுத்தொகையில் இருக்கும் அகம் சார்ந்த நூல்களில் ஒவ்வொரு புலவரும் இயற்றிய வரிகளில் பெருகும் காதற்சுவையில் நாம் திளைத்து மகிழ, கம்பரும்,

வள்ளுவரும், இளங்கோவும் நாங்களும் ஒன்றும் குறைந்தவர்கள் அல்லர் என நமக்குத் திகட்டத் திகட்டக் காதல் சுவை ததும்பும் பாடல்களைக் காட்டிச் செல்வர்.

அப்பெருந்தாக்கத்தில் நாம் வடித்துப் பார்த்த சில குறும்பாக்களைக் குறிப்பேட்டில் இருந்தது போதும் என வெளியுலகுக்கு அறிமுகப்படுத்தத் தொகுத்து, 'ஒரு ஸ்பூன் வெட்கம்' எனத் தலைப்பிட்டு நூலாக்கித் தந்திருக்கிறேன்.

படித்துப் பார்த்தால் ஒருவேளை பத்து வயது குறைந்தாற் போலோர் உணர்வு ஏற்படலாம்.

நனியன்பும் நன்றி பலவும்.

ரஜினி பிரதாப் சிங்.

கோயம்புத்தூர்

15.03.2025.

பேரிருளும்
நிலவொளியுமாய்க்
கிடக்கின்றன
நீ ததும்பி வழியும்
இரவுகள்...!

எழுதாத வரிகளின்
அழகான கவிதை நீ...!

எனது தூக்கத்தைத்தான்
பறித்து விட்டாய்.
இந்த
விண்மீன்களை
என்ன செய்தாய் ?
இரவு முழுக்கத் தூங்காமல்
முணுமுணுத்துக் கொண்டேயிருக்கின்றன.

உன் பார்வை

என்னைத்

தின்று கொண்டிருக்கிறது

உன் அழகு

என்னைக்

கொன்று கொண்டிருக்கிறது

என்

காதலோ

உன் காலடியில்

உயிர்ப்பிச்சை கேட்டு

நின்று கொண்டிருக்கிறது!

மெழுகுச் சிலை போல
அமர்ந்திருந்தாய்
கண்டு
உருகிக் கொண்டிருந்தது என்
காதல்.

உனது புருவ வரிகளின் மீது
கவிதை யொன்று
எழுதத் தோன்றுகிறது
கவிதை எதற்கு, உனது
புருவங்களின் மீது
புள்ளி வைத்தால் கூட
அஃதோர்
அழகுக் கவிதை
ஆகி விடும்.

எனது கனவுகளுக்குள்ளும்
நறுமணத்தைப்
பரப்பிக் கொண்டுதானிருக்கிறது
உன் சுவாசம்.

உனது காலடியில்
உட்கார்ந்து கொண்டு
கதை கேட்க
ஆசைப்பட்ட மனதுதான்,
உனது காலடியில்
உட்கார்ந்து கொண்டு
காதலைச் சொல்லவும்
ஆசைப்படுகிறது

தூசி,வெயில்,
புழுதி, கதிர்வீச்சு,
குளிர்,கிருமிகள்
எதுவும்
தொட்டு விடாதபடி

ஒரு படலம் போல்
உன்னைச் சூழ்ந்து நிற்கிறது
என் காதல்.

வெயிலில்
நின்று கொண்டிருந்தாய்
குடைகூட இல்லாமல்
நிழலில் சென்று
நின்று விடமாட்டாயா
எனத் தவித்துக் கொண்டிருந்தேன் நான்
உனது நிழல்
தன்மீது படுவதை
ரசித்துக் கொண்டிருந்தது பூமி.

என் இதயத்துக்குள்

இருக்கிறாய் என்றுதான்

நினைத்துக் கொண்டிருந்தேன்

எனது எழுதுகோலுக்குள்ளும் நீதான்

இருக்கிறாய் என்பது

இப்பொழுதுதான் தெரிந்தது!

இத்தனை நாட்களாய்
துடித்துக்கொண்டிருந்த
என் இதயம்
நீ உள்ளே வந்ததும்
துள்ளிக்
குதித்துக் கொண்டிருக்கிறது.

உன்னைக் காணும்போதெல்லாம்

என் இதயம்

குழம்பிவிடுகிறது.

அமைதியின் உருவாக

இப்படி

அழகாக அமர்ந்திருக்கும்

இவள் எப்படி

எனக்குள் மட்டும்

அப்படி ஓர் ஆட்டம்

போடுகிறாள் என்று!

எனது காதலை
எடுத்துக்கொண்டாயா
என்பது தெரியவில்லை
ஆனால்
கவிதைகளை மட்டும்
தந்து கொண்டேயிருக்கிறாய்

காற்றில் அலையும்

உனது சேலைத் தலைப்பு

எனக்கான

கவிதைகளை

கற்றிலேயே விட்டுச் செல்கிறது.

அதுவரை

காற்றைச்

சுவாசித்து வாழ்ந்த நான்

இப்போது காற்றை

வாசித்தும் வாழ்கிறேன்

ஒவ்வொரு விசைக்கும்
எதிர்விசை உண்டென்கிறது
அறிவியல்
நான் உன்மேல் செலுத்தும்
காதல் விசைக்கு
எதிர்விசை எப்பொழுது
தருவாய்?

எல்லாப் பொருட்களுமே
அணுக்களாலனவை என்கிறது
அறிவியல்
எனது உடலிலுள்ள
அணுக்கள் எல்லாமே
உன்னாலானவை.

அணுக்களாலனவை என்கிறது

உனது கைக்கடிகாரம்
ஒவ்வொரு நொடியும்
துடித்துக் கொண்டிருக்கிறது
பேசாமல் எனது
இதயத்தை எடுத்துக் கட்டிக்கொள்ளேன்.
அது ஒவ்வொரு நொடியும்
உனக்காகத்தானே
துடித்துக் கொண்டிருக்கிறது

எல்லாவற்றையும்

அழகாக்கி விடுகிற உன் பார்வை

என்னை மட்டும் பைத்தியமாக்கி விடுகிறது!

ஒரே ஒருமுறை
என்னுடன்
கைகுலுக்கிக்கொள்..!
என்
கைரேகை எல்லாம்
காதல் ரேகை ஆகிவிடட்டும்...!!

ஒரு வீலரில் என்னை

மிதவேகத்தில்

கடந்து செல்கிறாய்!

என் மனதோ ராக்கெட்டைப் போல்

அதிவேகத்தில்

துரத்துகிறது உன்னை!

உனக்கு
ஓட்டுநர் உரிமம்
யார் கொடுத்தது?
ஸ்கூட்டி பெப்பில் வந்து
மோதாமலேயே
தினமும்
ஒராயிரம் பேரையாவது கொல்கிறாய்....!

எனக்கான

உன் பார்வையில்

எனக்காக

எதையோ வைத்திருக்கிறாய்

என்ற கற்பனையே

எவ்வளவு சுகமாக இருக்கிறது..?

நான் நாற்காலியில்
அமர்ந்திருந்தேன்;
எதிரில் நீ நின்று கொண்டிருந்தாய்!
என் காதல்
உன் தலைக்குப் பின்னால்
ஒளிவட்டம் அமைத்திருந்தது!

இரண்டு கண்களையும் மூடியபடி
என்ன சிந்தித்தாய்
என்று தெரியவிலை!
ஆனால் அந்த ஓவியத்தைத்தான்
எனது கண்களுக்குள்
ஸ்க்ரீன் சேவராக வைத்திருக்கிறேன்.
நான் கண்களை மூடும்போதெல்லாம்
நீ
விழித்திரையில்
விரிந்து நிற்பதற்காக!!

பட்டாம்பூச்சி ஒன்று

உன்னைக்கடந்து செல்வதைப்

பார்த்துப் படபடத்தன உனது இமைகள்!

உனது இமைகள்

படபடப்பதைப்

பார்த்து

ஆயிரம் பட்டாம் பூச்சிகள்

என் வயிற்றுக்குள்

படபடக்கின்றன!

மலர் விரிகிறது
        துயிலெழுகிறாய்
மணம் பரவுகிறது
        முகம் கழுவுகிறாய்
பனி மறைகிறது
        துகில் திருத்துகிறாய்
கதிர் எழுகிறது
        கண்ணாடி பார்க்கிறாய்
குளிர் வழிகிறது
        குளித்து முடிக்கிறாய்
ஒளி தெறிக்கிறது
        ஒப்பனை செய்கிறாய்
குயில் இசைக்கிறது - யாருக்கோ
        குட்மார்னிங் சொல்கிறாய்!

முகில் நகர்கிறது
        உடை உடுத்துகிறாய்
இலை உதிர்கிறது
        நகம் நறுக்குகிறாய்
மரம் அசைகிறது
        நடை பயில்கிறாய்

தென்றல் தவழ்கிறது
        கூந்தல் உலர்த்துகிறாய்
மழை பெய்கிறது
        நகை புரிகிறாய்
இடி இடிக்கிறது
        இமை திறக்கிறாய்
மின்னித் தீர்க்கிறது
        விழி சுழற்றுகிறாய்
நிலவு ஒளிர்கிறது
        நெற்றி துடைக்கிறாய்
மலை தெரிகிறது
        பெருமூச்செறிகிறாய்
உயிர் துடிக்கிறது
        எதிரில் வருகிறாய்!

வலக்கண்ணின் கீழோரம்
ஒளிரும் துளி மச்சத்தை விட
வேறென்ன
ஒப்பனைப் பொருட்களை
உனக்காக இந்த
விளம்பரக் கம்பெனிகள்
தயாரித்துவிட முடியும்?

இடைதீண்டும் போதும்,
ப்ளவுஸின் கீழ்விளிம்பு
வருடும்போதும்,
மேல்விளிம்பில் தவழும்போதும்,
நீண்டும் குறுகியும்
அகன்றும் அவ்வப்போது
அளவில்
வேறுபட்டு வெட்டுப்பட்டும்
என்னை
வதைப்பதில் மட்டும்
குறைவதேயில்லை உன்
கூந்தல்!

ஒரக்கண்ணால்

ஒருநொடி பார்த்ததற்கே

உடைந்து போனேன்!

ஒருநிமிடம்

உற்றுப்பார்த்தால்

உருகிப்போவேனோ

உறைந்துபோவேனோ தெரியவில்லை!!

இரவுகளில்
உன் நினைவுகள்
என்னைத்
தாலாட்டிக்கொண்டே இருக்கின்றன
ஆனால்
தூங்குவது என்னவோ நீதான்

வெட்கம் ததும்பி வழிய
"போடா' என்ற
ஒற்றைச்சொல்லை
எறிந்துவிட்டுப்போனாய்!

அதன் பிறகு
கடிகாரத்தின் டிக்டிக் ஒலிகூட
எனக்குப் போடா என்றுதான் கேட்கிறது!

விக்கல் எடுக்கிறது உனக்கு!

தண்ணீர்கூடத் தரத் தோன்றாமல்

அதையும்

'உம்' கொட்டிக் கேட்டுக் கொண்டிருக்கிறேன் நான்!

ஆயிரம் அர்த்தங்களுடன்
உன்னைநான் பார்ப்பது
உனக்குப் புரிபடுவதில்லை!
ஆனால் நீ
அரைநொடி என்னைப் பார்ப்பதே

ஆயிரம் அர்த்தங்களைச்
சொல்லிவிடுகிறது!

ஆயிரம் அர்த்தங்களுடன்
உன்னைநான் பார்ப்பது

உனது பார்வையை
எப்படித் தயாரிக்கிறாய்?
கொல்லவும் பார்க்கிறது: உயிரைக்
கொடுக்கவும் பார்க்கிறது!

காந்தவிசை
பரவியிருக்கும் இடத்தைக்
காந்தப்புலம் என்கிறார்கள்!
உன்
காதல்விசை
பரவியிருக்கும் இடத்தைமட்டும் ஏன்
காதல்புலம் என்று சொல்லாமல்
பிரபஞ்சம் என்று சொல்கிறார்கள்?

உனது இரட்டைச்சடைகளில் ஒன்று,

எனது ஆழ்மனக்கிணற்றிலிருந்து

கவிதைகளை மொண்டெடுக்கும்

கயிறாகவும்,

மற்றொன்று,

பார்க்கும் போதெல்லாம்

உனது துப்பட்டாவைப் பிடித்துக் கொண்டு

பின்னாலேயே ஓடிவரும்

என்மனதை இழுத்துப்பிடிக்கும்

லகானாகவும் இருக்கின்றன..!

வீட்டு வாசற்படியிலேயே
காலணி அணிந்துகொள்கிறாய்!
எப்போதாவது அதிசயமாக
வெறுங்காலால் நடப்பதைப்
புவிமிதிக்கும் திருவிழா என்று கூறினேன்;
புவி சொன்னது,
"இல்லை, இல்லை, இது என்னைப்
பூ மிதிக்கும் திருவிழா என்று!"

அழகுக் குறிப்புகளைக் கேட்டு
அழகாகியவர்கள் இருக்கிறார்களா எனத்
தெரியவில்லை. ஆனால்,
நீ கேட்கும் போதுதான்
வெறுங்குறிப்புகள் கூட
அழகுக்குறிப்புகளாகிவிடுகின்றன.

என்னை

இந்தப் பாடுபடுத்துகிறதே,

உயர்த்தி மடித்து

ஒருக்களித்துச் செருகிவைத்த

கொண்டையில்

அப்படி

என்னதான் வைத்திருக்கிறாய்?

நழுவி விரியாதா என்ற

நப்பாசையுடனும்,

பிரிந்து விட்டால்

பின்னி விடலாமே என்ற

பேராசையுடனும் நான்

வெறிபொங்கக் காத்திருக்கிறேன்!

ஒற்றை ரோஜாவுடன்

நீவரும் பாதையில்

காத்திருக்கிறேன்!

உனக்காகவே

உதித்த பூவை

மிதித்துவிட்டாவது போ!

சேலை நெய்யும் போதே
வெட்கத்தையும்
சேர்ந்து நெய்தார்களா
என்று தெரியவில்லை!
பிறகு
சேலை கட்டும் போது மட்டும்
வெட்கம் உனக்கு
எங்கிருந்துதான் வந்து
சேர்ந்து கொள்கிறது?

நீ குளித்தனுப்பிய
நதிநீரைக்
கடலில் கலக்கவிடும்
திட்டத்தின் பெயர்தான்
கடல் நீரைக் குடிநீராக்கும் திட்டம்!

உன்னைக் காணும்போதெல்லாம்

என் இதயம் குழம்பி விடுகிறது!

அமைதியின் உருவாக

இப்படி

 அழகாக அமர்ந்திருக்கும்

இவள் எப்படி

எனக்குள் மட்டும்

அப்படி ஓர் ஆட்டம்

போடுகிறாள் என்று!

எனக்காக
எதுவோ வைத்திருக்கிறாய்
என்ற கற்பனையில்தான்
வாழ்க்கை ஓடிக்கொண்டிருக்கிறது!

நீ வரும் வழியில்
மலைபோல
ஓங்கி உயர்ந்து நிற்கிறது என் காதல்!
நீயோ
புகையினூடே
புகுந்து செல்வதைப்போல
அதனை வெகு எளிதாக
ஊடறுத்துச் செல்கிறாய்!

மின்விசிறி
சுற்றிச் சுற்றி வந்து
அறையைக் குளிரூட்டிக் கொண்டிருந்தது!
என் காதலோ
உன்னையே சுற்றிச் சுற்றி வந்து
என்னைச்
சூடேற்றிக் கொண்டிருக்கிறது!

ஐம்புலன்களாலும்

அழகை

அனுப்பி வைக்கிறாய்!

அதனை ரசிக்கவோ

ஐயாயிரம் புலன்கள்

வேண்டும் போலிருக்கிறது.

இரு விழிகளாலும் உன்னை
அள்ளி அள்ளித் தின்றாலும்
காதல் பசி
தீரவே மாட்டெனென்கிறது!

கை விரல்களைக் கூம்பச் செய்து

கைவளைகளைக்

கழற்ற ஆசையா

அணிவிக்க ஆசையா என்று கேட்டால்

கழற்றி க் கழற்றி அணிவிக்க வேண்டும்;

அணிவித்து அணிவித்துக் கழற்ற வேண்டும்..

இஃது என் ஆயுள் முழுதும் நீள வேண்டும் ...!

காரிருளை வடித்தெடுத்துக்
கண்ணுக்கு மைதீட்ட வேண்டும்
கருவிழியின் நிறமெடுத்து
இரவொளியில் ஊற்ற வேண்டும்

எனது இரவுகளுக்குப்
புதிய நிறம் கொடுக்கிறாய்
கனவுகளைக்
கவிதைகளாக மொழிபெயர்க்கிறாய்
இதயத்தின் அறைகளில்
நறுமணம் வீசுகிறாய்
கருவிழியில் உறைந்து காதல் வளர்க்கிறாய்

எனது இரவுகளுக்குப்
புதிய நிறம் கொடுக்கிறாய்

இடையைக் கவ்விப் பிடித்திருக்கும்
உடையாகவெல்லாம் இருக்க விருப்பமில்லை...
அந்த இடையாகவே இருந்து விட்டால்
எப்படி இருக்கும் என்பதுதான்
எனது ஆயுட்கால விருப்பம்!

நீ வந்து மீட்ட வேண்டும் என
இசைக்கருவிகளெல்லாம் காத்துக்கொண்டிருக்க ,
இந்த இசைக்கருவிகளின்
தொல்லைகளில் இருந்து
உன்னை மீட்க வேண்டும் என
நான் பார்த்துக் கொண்டிருக்க,
அசைகின்ற இசைக்கருவி போல
அழகாய் வந்து கொண்டிருந்தாய்....

தீட்டாத ஓவியத்தின்
மீட்டாத இசை நீ...!

பிங்க் நிறச் சிறுபின்னில்
நிலைகொண்டு
நின்றிருக்கிறதுன்
ஹெட் ஸ்கார்ஃப்...!

கருநீலக் குளிர்கண்ணில்
நிலைகொண்டு
நின்றிருக்கிறதென்
நெடுங்காதல் ...!

மிதவைப் பேருந்துகளும்

ரயிலின் குளிர்கோச்களும்

கொடுக்கும் சுகத்தை விட

உனது நினைவுகளின்

தாலாட்டில்தான்

சுகமாக உறங்கிப் பயணிக்கிறேன் ...!

குழலிசை

குயிலிசையுடன் உன்

குரலிசையை ஒப்பிடுவதெல்லாம்

காலாவதியான கற்பனைகள் என்பதால்

கண்ணிமைகளின் படபடப்புடன்

ஒப்பிட்டுப் பார்த்தேன் ...

கடைசியில் உன்

கண்கள் எழுதும்

கவிதைகள்தாம் உனது

வாயிலிருந்து

வார்த்தைகளாக விழுகின்றன

என்பது புரிந்தது ....!

பூந்தோட்டத்திற்குள்
நடந்து கொண்டிருந்தவர்களெல்லாம்
நகராமல் நின்று கொண்டிருக்கும்
பூக்களைப் பார்த்துக் கொண்டிருந்தார்கள்..

நகராமல் நிற்கும் பூக்களெல்லாம்
நடந்து கொண்டிருக்கும்
உன்னைப் பார்த்துக் கொண்டிருந்தன...!

எனக்குத் தெரிந்த
காலநிலை அறிக்கையெல்லாம்
வெயில் காலத்தில்
கை வைத்துப் பார்க்கையில்
குளிர்ச்சியாகவும்,
குளிர்காலங்களில் பார்க்கையில்
வெம்மையாகவும் உணரும் உன்
கன்னநிலை அறிக்கைதான்....!

நிலவு

தன் கதிர்களை

உன்மேல் பொழிந்து

தன்னை ஒளியூட்டிக் கொள்கிறது....!

நிலவு

தன் கதிர்களை

கடற்கரையில் நின்று கொண்டிருக்கிறாய்..

காலடி தழுவப்

போட்டி போட்டு விரையும்

கடல் அலைகளில்

வெற்றி பெற்ற அலைகள்

முக்தி அடைந்து மறைகின்றன ...!

தோல்வியுற்ற அலைகள்

ஏக்கப் பெரு மூச்சில்

எரிந்து மறைகின்றன....!

உன்னை இறுக்கமாகப்
பிடித்துக் கொண்டிருக்கும்
உடைகள் மீதெனக்குச்
சற்றுப் பொறாமையாகத்தான் இருக்கிறது...!

பயிர்ப்பில் விளைந்த அச்சம் தான்

உன் சேலைத் தலைப்பை

கலைந்து விடாமல்

கெட்டியாகப் பிடித்துக் கொண்டிருக்கிறது

என நினைத்துக் கொண்டிருந்தேன் .

ஆனால் நாணம்தான் அதைக்

கிறங்கிக்

கெட்டியாகப் பிடித்துக் கொண்டிருக்கிறது

என்பது தெரிந்தபோதுதான்

எனது

மடமை விளங்கியது...!

நடையைப் பார்த்து
நடனம் என்பதெல்லாம் பழைய கதை- நீ
ஆடாமல் அசையாமல்
அமர்ந்திருப்பதே
அபிநயம்போல்தான் இருக்கிறது..!

முன்புறம் வெட்கப்படுவது

பின்புறம் தெரிகிறது என்பார்கள்...

நான் பின்னால் இருந்து பார்க்கையில்,

முதுகுப்புறமே

இவ்வளவு வெட்கப்படுகிறது என்றால்

முன்புறம் வந்து பார்த்தால்

என்ன ஆகும்

என்பதை நினைத்துப் பார்த்தால்

எனக்கும் வெட்கம் வருகிறது ....!

பூந்தோட்டத்திற்குள்
நுழைந்து வெளிவரும் போது
நனைந்து சில்லென்று
ஈரஞ்சாரமாக இருக்கின்றேன்...

நீ பூந்தோட்டத்துக்குள்
நுழைந்து வெளியேறும்போது
பூக்கள் எல்லாம்
பற்றி எரிவதுபோலத்
தகித்துக் கொண்டிருக்கின்றன ....

பாவம் பூக்கள் ....
அவற்றை விட்டு விடு
என நான் பரிதாபப்பட,
பூக்களோ,
உன் வருகையின்
கதகதப்பை அனுபவிக்கக்
காத்துக் கொண்டிருப்பதாகக்
காதோரமாய்க் கிசுகிசுக்கின்றன ...!

உனது

மென்னடையா

மின்னலிடையா

பின்னல் ஜடையா

இதில் எதைப் பார்க்க

இந்த மழைத்துளிகள் எல்லாம்

இத்தனை வேகமாகப்

பூமிக்கு வந்து சேர்கின்றன

எனத் தெரியவில்லை ....!

விடாது பெய்யும் மழையில்

நெற்றியில் விழுந்த மழைத்துளிகளும்

பாதம் தொட்ட துளிகளும் நடத்தும்

பட்டிமன்றத்தைக் கேட்டு மகிழத்தான்

இடியும் மின்னலும்

இடைவிடாமல்

எட்டிப் பார்க்கின்றனவோ தெரியவில்லை ...!

முன்னெற்றியில் வந்து மோதும்
தென்றலால்தான் உனது
முடிகள் அலைந்து ஆடுகின்றன
என்பது தெரியாமல் உனது
தலைமுடிகள் அசைந்தாடுவதில் இருந்துதான்
தென்றல் உருவாகின்றதோ என
நினைத்துக் கொண்டிருந்தேன்...!

கூந்தல் இழைகள்
எனது முகத்தில் படரும் போது
தென்றல் தீண்டுவது போலவும்,

தென்றல் என் முகத்தில் தவழும்போதுன்
கூந்தலிழைகள் படர்வது போலவும்
தோன்றுகிறதெனக்கு.

ஆனால் இதில்
கனவெது நிஜமெது என்று
கண்டுபிடிக்க மட்டும்தான்
இன்று வரை எனக்குத் தெரியவே இல்லை...!

இன்று

வருவாயா மாட்டாயா...

சுடிதாரா..குர்தீஸா..சேலையா..

கொண்டையா..பின்னலா..

பஸ்ஸா....டூவீலரா...

பார்ப்பாயா...பார்க்கமாட்டாயா.... என்று

பட்டிமன்றம் நடத்தியே என்

பகல்பொழுதுகள் கழிகின்றன...!

மில்லி மீட்டர் அளவு
மின்னல் வெட்டியதுபோல
மென்னிதழ் விரித்துப்
புன்னகை புரிகிறாய் ...!
கிலோமீட்டர் நீளத்துக்குக்
கிழிந்து போகிறதென் இதயம்.

மில்லி மீட்டர் அளவு
மின்னல் வெட்டியதுபோல

மூச்சு வாங்க ஜாகிங் போகிறாய்..
மூச்சு முட்டப்
பார்த்துக் கொண்டிருக்கிறேன் நான்.

பார்வை கொஞ்சம்

வார்த்தை கொஞ்சம்

காற்றில் கரைத்துவிட்டுப் போகிறாய்....

நறுமணத்தைப் பூசிக் கொண்ட காற்றை

முகர்ந்து முகர்ந்து

முக்தி அடைந்து போகிறேன் நான்...!

இதழோரம்
உறைந்து கிடக்கும் குறுநகையை
இரவில்
உறங்கும் போதாவது
கழற்றி வைத்து விடுவாயா அல்லது
கனவுக்குத் தேவைப்படுமென இறுக்கமாகக்
கட்டி வைத்துக் கொள்வாயா..?

கண்விழித்ததும் ஜன்னல் கதவுகளை

சீக்கிரமாகத் திறந்துதான் விடேன்....

பாவம்... இந்தக்

காலைச் சூரியனின்

கதிர்கள் உன்னைக்

கண்டுவிடத் துடித்துச்

சன்னல் கதவுகளைத் தினமும்

முட்டி மோதிக் கொண்டிருக்கின்றன ...!

ஒட்டுமொத்த அழகையும் நீ
ஒருத்தியே மொத்தமாக வைத்துக் கொண்டால்
இந்த உலகில்
அழகுப் பஞ்சம் வந்து விடாதா...?

இடையோ நடையோ
இதழோ நுதலோ
குரலோ விரலோ
இமையோ விழியோ
கன்னமோ கழுத்தோ
சொல்லோ பல்லோ
பாதமோ பார்வையோ
எதுவாக இருந்தாலும்
அழகாகவே இருக்கிறதே
இத்தனை அழகையும்
மொத்தமாய்ச் சுமந்து
எப்படித்தான் சமாளிக்கிறாயோ...?

அழகையும் எழிலையயும்
அள்ளி அள்ளி இப்படி
வஞ்சனை இன்றிக்
கொட்டி வைத்த ப்ரம்மனை
வள்ளல் என்பதாக
கலைஞன் என்பதா...!

எந்த நேரமும்
அழகை இப்படிப்
பொழிந்து கொண்டே இருக்கிறாயே
உனக்கு
அலுக்கவே இல்லையா...?

ஒரு ஸ்பூன் வெட்கத்தை மட்டும்
கடனாகக் கொடு,
உன் கன்னக்குழியில் நிரப்பிவிட்டு
முத்தமாகத் திருப்பித் தருகிறேன்.

வார்த்தைகளை
எண்ணிப் பேசுகிறாய்,

பார்வையை
அளந்து கொடுக்கிறாய்,

வெட்கத்தை மட்டும்
அள்ளிக் கொடுக்கிறாய்.

வாசலில் இட்ட பின்னும்
விடிகாலைக் கோலம் உன்
விரல்களை
விட்டு விடாமல் பிடித்துக்கொண்டே
வீட்டுக்குள்ளும் வந்துவிடுகிறது ...

உதறி மட்டும் விட்டு விடாதே
கோபப்பட்ட கோலமுன்னைச்
சுற்றிப் பின்னிச்
சிறை செய்து விடப் போகிறது ...!

கழுத்திலிருந்து சங்கிலியைக்

கழற்றி வைத்த கணத்தில்

எறும்புகள் அதை மொய்த்துக் கொள்கின்றன..

இனிப்புச் சுவை பிடிக்குமென்பதாலா

என்று கேட்டேன்..

"இல்லை இல்லை..

சங்கிலியில்

ஒளிந்துகொண்டு அவள் மேல்

ஊர்ந்து செல்ல ஆசை..!" என்றன எறும்புகள்.

"இரண்டு அங்குலம்தான் எல்லை..

அதைத் தாண்டி

இறங்கிப் போனால் என்னால்

இறந்து போவீர்கள்" என

எறும்புகளை நான்

எச்சரிக்க,

"இறந்தாலும் சொர்க்கம்தான்

இறங்கினாலும் சொர்க்கம்தான்"

என்றென்னைக்

கோபப்படுத்திப் பார்க்கின்றன அந்தக்

குறும்புக்கார எறும்புகள்...!

உன்னைத் தொட்டுச் செல்லும்
தென்றல் மீதெனக்குப்
பொறாமையாக இருக்கிறது..!

உன்னுடன்

செல்∴பி எடுக்கவெல்லாம்

பெரிதாக ஆசை இல்லை...

உன்னுடைய

செல்∴போனில் இருக்கும்

செல்∴பி கேமராவாகவே இருக்கத்தான் ஆசை.

உன் கையில்

∴போன் இருக்கும்

போதெல்லாம்

கண் குளிர உன்

கண் பார்க்கலாம் ...!

உன்னுடன்

செல்∴பி எடுக்கவெல்லாம்

விரல் நுனி தீண்டும்
தொடுதிரை உனது
வெட்கத்தையும் அழகையும்
ஈர்த்துக் கொள்ளுமோ என நான்
குழம்பி நிற்க,

செல்ஃபோனோ
அத்தனை அழகையும் வெட்கத்தையும்
ஈர்த்து நிரப்பி வைத்துக்கொள்ள
ஆயிரம் ஜி.பி. மெமரி கார்டுகள்
ஆயிரம் இருந்தாலும்
போதாதெனப்
புலம்பி நிற்கிறது...!

செவ்விதழ்களைக் கவ்வித்தான்

சிவக்க வேண்டும் என்பதில்லை... வெட்கத்தால்

சிவந்த கன்னங்களில் பதித்தும்

சிவக்கலாம் என் இதழ்கள்....!

ப்ளூபெரிக் கண்கள்

ஸ்ட்ராபெரி இதழ்கள்

மில்க் ஷேக் கன்னங்கள்

வனிலாக் கழுத்து

பிஸ்தா வடிவப் பல்வரிசை

பாதாம் நிற மேனி

சாக்கோபார் விரல்

குல்ஃபி ஜஸ்கிரீம் குரல்

பட்டர் ஸ்காட்ச் வழுமை இடை

மேங்கோ ஸ்க்வாஷ் பூரிப்பு எனக்

குளுமையும் இனிமையும் கொண்டு

கொல்லும் தேவதை...

குங்குமமும் வெண்ணெயும் கலந்த

கோதுமை நிறச்சிலை...

கொஞ்சமும் பிசகாமல் படைத்த

பிரம்மனின் பெருங்கலை .

தேன் குடித்த தென்றல்,

வண்ணம் பூசிய வானம்,

மது அருந்திய மழைச்சாரல்,

இனிப்புச் சுவையேறிய பனித்துளி,

மணங்கமழும் இருள்,

இறகாய் வருடும் வெயில்,

புன்னகை புரியும் மலர்,

நாளொரு நிறத்தில் நிலவு,

அந்திக் கடற்கரையில் நீ.....!

நீ
உதிர்த்துவிட்டுப்போன
ஒற்றை வார்த்தையை விரலால்
ஒற்றி எடுத்து மனதில்
பொத்தி வைத்துக் கொண்டேன்...

ஒரிரவுக்குள் அது
ஒராயிரம் வார்த்தைகளாய்
விஸ்வரூபமெடுத்து
விண்ணுயர நிற்கிறது.

கூந்தலை
அளாவியும் துழாவியும்
குதூகலித்த உன் விரல்கள்
கொண்டாடிக் களித்துக்
கோலமிட,

கோலத்தின்
கோடுகளும் புள்ளிகளும் கூட அந்த
உற்சாகத்தை
உள்வாங்கிக் கொண்டு
நடனமிடுகின்றன.

கூந்தலை
அளாவியும் துழாவியும்

தூங்கும்முன்
இரவிடம் எதையாவது
சொல்லிவிட்டுப்போ...
விடியும்வரை
அதுவும் என்னுடன்
விழித்திருக்கட்டும்.....

கதைகதையாய் உன்
செல்லச் சிணுங்கல்களைச்
சொல்லித் தீர்க்கத்
துணையொன்று வேண்டுமெனக்கு.

கொலுசின் இசை
உலகின் எந்தமூலையில் இருந்தாலும்
சரியான அலைவரிசையில் என்னைச்
சந்தித்து விடுகிறது .

சேலையின் விளிம்பும்
கொலுசின் மணிகளும்
ஒன்றை ஒன்று உரசிக்கொண்டு
ஓயாமல்
அப்படி என்னதான்
கதை பேசிக் கொண்டிருக்கின்றன என
உற்றுக் கேட்டதில்
சற்று வெட்கித்தான் போனேன்...
உன்னை வர்ணிப்பதில் அவை
என்னையும் விஞ்சி நிற்கின்றன !

உனது மேனியின் நறுமணத்தை

இழந்து விட மனமில்லாமல்

துவைக்க மறுத்துத்

தொடர் போராட்டம் நடத்துகின்றன

நீ உடுத்து அவிழ்த்த சேலைகள்....!

கால்களைத் தீண்டித் தீண்டிக்

கொலுசு நாளுக்கு நாள்

தன்னை மெருகேற்றிக் கொள்கிறது ;

இன்று என்னை எடுத்துக்

கட்டிக்கொள்ளேன் என்று

எட்டிப் பார்த்துக் கெஞ்சுகின்றன

அலமாரியில் இருக்கும் சேலைகள்;

உன் உள்ளங்கை பற்றிய மருதாணி

வெட்கத்தால் சிவந்து போகிறது;

கிடைத்த இடைவெளியில்

முதுகில்

கோலமிட்டுக்

குதூகலித்துக் கொள்கிறதுன்

கூந்தல் ;

இது எதைப் பற்றியும் கவலை இல்லாமல்

டன் கணக்கில் என் மீது

காதலை அள்ளிக் கொட்டித்

திணறடித்துக் கொண்டிருக்கிறாய்...!

உனக்காகக்

காத்துக் கொண்டிருக்கையில்

நகராமல் அடம்பிடிக்கும்

அதே நொடிமுள்தான்

உன்னைப்

பார்த்துக் கொண்டிருக்கையில்

ராக்கெட் வேகத்தில் பறக்கிறது.

உன்னை மீண்டும்
பார்க்க இருக்கும்
அந்த
ஒற்றை நொடியை நோக்கித்தான் என்
மொத்த உணர்வுகளும்
ஊர்வலம் போகின்றன.

அன்பால் என்னை அள்ளியெடு...
அழகாய்க் காதலைச் சொல்லிவிடு.

என்னைத் தொடு இழு பிடி அணை வளைச்சுக்கடி....

உன்னை விட மனம் இல்லை கரம் பிடிச்சுக்கடி..

இந்த உல கினை மறந் தெனை நினைச்சுக்கடி

வந்து இரு விழி கொண்டு எனை விழுங்கிக்கடி...

இந்த மாலை இப்படியே
நீளவேண்டும்....

என்மனதை மொத்தமாய்நீ
ஆளவேண்டும்....

விட்டு விலகிச் செல்கிறாய்....

ஆனாலும்

நெஞ்சம் முழுவதும் நிறைகிறாய்....!

மனசு அனலைப் போலத் தகிக்கும்...
இருந்தும்
மலரைப் போல விரியும்....

கிறங்கி மயங்கித் திரியும் ... அதில்
பிறப்பின் பொருளும் புரியும்....!

நொடிக்கு இதயம் இனியுமே
நூறு தடவை துடிக்கும்....!

துடிக்கும் போது நினைவிலே
உரசி உரசி வெடிக்கும்..!

எதையோ எடுத்தாய்
எதையோ கொடுத்தாய்
ஏன் இந்த இதயம் இப்படி இனிக்கிறது....!

ஒருநொடி சிலிர்த்தேன்
மறு நொடி துளிர்த்தேன்
ஏன் இங்கு எதுவும் புதிதாய் இருக்கிறது....!

கண்களில் மிதக்கும்
கருவிழிகளைப் போல,

சர்க்கரைச் சாற்றில் மிதக்கும்
குலோப் ஜாமுன் போல

உன்
நினைவுகளில்
மிதந்து கொண்டிருக்கிறது
என்
இதயம்..!

நேற்று
நீ பார்த்த
அதே நிலவைத்தான்
நானும் பார்த்திருந்தேன்...

நீ பயணித்த அதே சாலையில்தான்
நானும் பயணித்திருந்தேன்...

பார்த்த நிலவும் பயணித்த சாலையும்
சொல்வதற்கு எத்தனையோ வைத்திருக்கின்றன...

ஆனால் நான் சொல்வதற்கு
ஒன்றே ஒன்றுதான் இருக்கிறது...

உன்னுடன் சேர்ந்து
அதே நிலவைப் பார்த்தபடி
அதே சாலையில் பயணிக்க வேண்டும்....!

வீசுகுளிர் நீயெனக்கு
          வெம்மையடி நானுனக்கு
பேசுமொழி நீயெனக்கு
          பெய்யுகவி நானுனக்கு
பூசுமகில் நீயெனக்கு
          புத்துணர்வு நானுனக்கு
வாசுழலும் கண்ணழகே
          வந்தருள்வாய் வாழ்வெனக்கு!

உன்னுடன் வரும்போது மட்டும்
சாலையெல்லாம் பூப்பூத்துக் கொள்கிறது;
வானமெல்லாம் வண்ணம் பூசிக் கொள்கிறது;

நேரம் ஏனோ இறக்கைகட்டிப் பறக்கிறது-என்
நெஞ்சமெலாம் தேன்சுரந்து நிறைகிறது....!

நீயில்லா நொடிகளை உன்
நினைவுகளின் தூரிகையால்
கவிதைகளாக வரைந்து கொள்கிறேன்...!

என் மூளைக்கு

என்னென்னவோ தெரியும் ..

ஆனால்

என் இதயத்திற்கு

இரண்டே இரண்டு மட்டும்தான் தெரியும் .....

நொடிக்கு ஒரு முறை துடிக்கத் தெரியும்..

நொடிக்கு நூறு முறைஉன்னை

நினைக்கத் தெரியும் ....!

பார்வையாலே மெல்லமெல்லக் கொல்பவளும் நீதான்-என்

பக்கம்வந்து செல்லமொழி சொல்பவளும் நீதான்

காதலெனும் ஆயுதத்தை எடுத்தவளும் நீதான்-பெருங்

கவிஞனென்ற அடைமொழியைக் கொடுத்தவளும் நீதான்

நெருங்கநெருங்க விலகிவிலகிச் சென்றவளும் நீதான்-என்

நெஞ்சினிலே தஞ்சம்கொண்டு நின்றவளும் நீதான்

அள்ளியள்ளி என்னுயிரைத் தின்றவளும் நீதான்-என்

அருகில்வந்து ஐலவ்யூ என்றவளும் நீதான்.

www.ingramcontent.com/pod-product-compliance
Lightning Source LLC
Chambersburg PA
CBHW062221150726
47991CB00006B/2379